Mlima
KILIMANJARO
Fahari Yetu

I0027290

Baadhi ya Uoto wa Mlima Kilimanjaro

Everlasting Helichrusum newii ua lisilonyauka linalopatikana sehemu ya juu ya mlimani

Mlima KILIMANJARO Fahari Yetu

Impatiens kilimanjaro

Mlima KILIMANJARO Fahari Yetu

Bartholomew Meena

E&D Vision Publishing

Dar es Salaam

Maefu ni mojawapo ya mimea adimu iliyo katika hatari ya kupotea

E & D Vision Publishing Limited
S.L.P 4460
Dar es Salaam
Barua pepe: info@edvisionpublishing.co.tz
Tovuti: www.edvisionpublishing.co.tz

Mlima Kilimanjaro, Fahari Yetu
© Bartholomew Meena, 2015

Kimeboreshwa na kuhaririwa na Elieshi Lema
Kimetafsiriwa katika Kiingereza na J. Bosco Mihigo
Utafiti mdogo katika jamii na Tumsifu Usiri

Usanifu: Inphinite Solutions Africa
Picha: Bryd Polar Research Center na Internet
Ramani: C. Mahuwi
Michoro: Chris Katembo

ISBN: 978-9987-735-41-9

Haki zote zimehifadhiwa.Hairuhusiwi kuiga, kunakili, kutafsiri, kupiga chapa au kukitoa kitabu hiki kwa njia yoyote ile bila idhini ya E & D Vision Publishing Limited.

Yaliyomo

Utangulizi   xiii

Shukrani   xvi

Ujue Mlima Kilimanjaro   1

Faida zitokanazo na Mlima Kilimanjaro   16

Kuathirika kwa Mlima Kilimanjaro   26

Kupotea kwa theluji ya Mlima Kilimanjaro   33

Tulinde mazingira ya Mlima Kilimanjaro   49

> *Tutawasha mwenge juu ya Mlima Kilimanjaro upeleke mwanga nje ya mipaka yetu, utoe matumaini palipo na kukata tamaa, upendo palipo na chuki, heshima palipokuwa na fedheha.*

Kutoka katika hotuba ya Mwalimu Nyerere, siku ya Uhuru wa Tanganyika, 1961

Utangulizi

Ujumbe Kutoka kwa *Lonnie Thompson na Ellen Mosley-Thompson*
Watafiti wa Barafuto, Duniani

Mlima Kilimanjaro, Afrika
Kwa Mwanafunzi na Watu Wote Waupendao Mlima Kilimanjaro

Barafuto zinavutia sana kwa sababu zinafunika asilimia 10 ya uso wa dunia. Mara nyingi, zinapatikana sehemu zilizo mbali ambamo watu wachache sana hufika au huishi. Pamoja na hayo, barafuto zinahifadhi taarifa nyingi kuhusu historia ya dunia, na athari zake ni za muda mrefu. Mfano tu, barafuto zinahusika sana katika kudhibiti usawa wa bahari, na katika maeneo mengine, zinatoa maji yanayohitajika wakati wa ukame. Zaidi ya hayo, barafuto zinahifadhi rekodi za mabadiliko ya tabianchi katika tabaka zake zinazojengeka kila mwaka kwa muda mrefu, mara nyingi, kwa maelfu ya miaka. Barafuto zinatoa uthibitisho dhahiri wa mabadiliko ya tabianchi wakati zinapoongezeka au kupungua kufuatana na mabadiliko katika halijoto na mvua. Kwa sababu hiyo, katika mabadiliko ya tabianchi, barafuto ni miongoni mwa vitu vinavyoathirika kwanza.

Ni jambo la kufurahisha kwamba tumeweza kutembelea sehemu nyingi duniani ambapo barafuto zinajulikana kama sehemu takatifu wanapoishi Miungu. Ukweli ni kwamba barafuto zimevutia watu tangu wazione kwa mara ya kwanza.

Mwaka 2000, watafiti wetu walitoboa kwa keekee vipande sita vya barafuto katika kilele cha Mlima Kilimanjaro. Vipande hivyo sita vilidhihirisha kuwa barafu imekuwepo katika kilele cha Mlima Kilimanjaro kilicho urefu wa mita 5,893 *(futi19,330)*, kwa miaka 11,700 mfululizo. Vipande vya barafuto vilidhihirisha pia

Lonnie na Ellen Thompson wakiwa ndani ya jokofu panapohifadhiwa sampuli za barafuto.

kwamba barafu imekuwa ikiyeyuka kuanzia mwaka 1999. Kwa bahati mbaya , ufuatiliaji tunaofanya kuhusu hali ya tabianchi ya wakati huu unaonyesha kuwa barafuto katika vilele vya milima mirefu ya Afrika zinatoweka. Kati ya mwaka 1912, wakati ambapo ramani sahihi ya mashamba ya barafu ilichorwa, na mwaka 2000 tulipotoboa barafuto na kupata vipande vyake, asilimia 80 ya sehemu iliyokuwa imefunikwa na barafu ilikuwa haina tena barafu. Kufika mwaka 2013, asilimia 90 ya sehemu iliyokuwa imefunikwa na barafu mwaka 1912, ilikuwa haina tena barafu. Katika mwaka huo, (2013) barafu yote ilikwishapotea katika sehemu mbili kati ya zile sita tulizotoboa na kupata vipande mwaka 2000. Upotevu huu ulisababishwa na mabadiliko ya tabianchi. Siyo tu kwamba eneo lililofunikwa na barafu linapungua, bali mashamba ya barafu yaliyobaki yanakuwa nyembamba. Ukweli ni kwamba, asilimia 50 ya barafu iliyopotea tangu mwaka 2000 ilitokana na barafuto kuwa nyembamba. Katika hali ya wakati huu, hata vilele vya juu kabisa havipati barafu yoyote kwa kipindi chote cha mwaka.

Kwa bahati mbaya, siyo katika kilele cha Mlima Kilimanjaro tu ndipo barafu inapotea. Hali hii inatokea pia katika mashamba ya barafu katika vilele vya Mlima Kenya na Ruwenzori. Vipande sita vya barafuto tulivyotoboa katika barafuto za Mlima Kilimanjaro mwaka 2000 vinawakilisha historia ndefu ya tabianchi itakayokuwa ya kwanza na ya mwisho kupatikana katika barafuto za milima ya Afrika. Taarifa kamili zimewekwa kuhusu kila barafuto katika nchi za tropiki duniani kote ambazo tunazifuatilia na kuzichunguza kwa karibu, na imethibitika kuwa barafuto hizi zinasinyaa. Barafuto hizi zikiyeyuka zote, basi, rekodi zilizohifadhiwa ndani mwake pamoja na taarifa muhimu kuhusu mabadiliko ya tabianchi katika sehemu hizo, zitapotea milele.

Nikiyaweka maelezo haya katika lugha itakayoeleweka kirahisi, nitasema hivi: Safari yetu ya mwisho kwenda kuona mashamba ya barafu ya Kilimanjaro, kama ilivyo kwa barafuto nyingi nyingine tunazozichunguza, ilikuwa kama mtu anayekwenda kumwona mgonjwa aliye na ugonjwa usiotibika, anayengojea kufa.

Picha ya angani ya Mlima Kilimanjaro, 2015.

Sisi kama wanasayansi, tunamtazama mgonjwa tu na kuandika jinsi anavyozidiwa na kufifia, lakini hatuna uwezo wowote wa kuzuia kifo chake. Hata hivyo, tunaweza kuwaeleza wengine kile tunachojifunza. Tunachojua ni kwamba, katika ngazi ya kimataifa, ni lazima hatua za kupunguza uingizaji wa gesiukaa katika mizazi zikuchuliwe sasa. Ili tuweze kuishi maisha bora, ni lazima hatua za haraka zichukuliwe katika ngazi za kitaifa kutayarisha jamii kukabili mabadiliko ya tabianchi ambayo yataathiri jamii zetu.

Dunia yetu inabadilika kwa kasi kuliko wakati mwingine wowote katika historia ya binadamu. Ni vigumu kutabiri kwa usahihi ni nini kitatokea hapo baadaye. Mwaka 2013, viwango vya gesi ya kabonidioksidi,vilifika sehemu 400 kwa million (ppm). Kabonidioksidi ni moja ya gesiukaa inayochangia katika ujotoshaji dunia. Kwa kulinganisha, mwaka 1958, wakati David Keeling alipotoa vipimo vya kwanza, viwango vilikuwa 315 ppm. Kwa sasa, inawezekana ulimbikizaji wa gesiukaa ya kabonidioksidi ikazidi hata ile ya kipindi cha kati cha Pliocene, kama miaka milioni tatu iliyopita. Wakati huo, wastani wa halijoto duniani kote ilikuwa nyuzijoto 2 hadi 3 ^{o}C, na usawa wa bahari ulikadiriwa kuwa juu kwa mita 25. Tunafahamu kwamba gesi ya kabonidioksidi inasababisha ujotoshaji dunia na hali hii itaathiri, kwa kiasi kikubwa, utulivu wa tabianchi tuliyoizoea tangu binadamu atulie na kuanza makazi.

Tutakapokuwa tumepoteza barafuto zetu zote, tutaishi katika dunia iliyopungukiwa. Barafuto zina umuhimu mkubwa katika kurekebisha tabianchi ya dunia, lakini pia barafuto za milima mirefu ni minara ya maji ambayo ni muhimu sana kwa watu wanaoishi katika ujirani wake. Kupotea kwa barafuto hizi tayari kumeleta athari katika uzalishaji wa nishati ya umeme, upatikanaji wa maji ya umwagiliaji, upatikanaji wa maji kwa matumizi ya binadamu mijini, hasa wakati wa kiangazi na ukame. Maji yaliyohifadhiwa katika barafuto ni kama bima inayotulinda dhidi ya athari zinazotokana na mabadiliko ya tabianchi. Barafuto huachia maji yake ambayo hutiririka kwenye vijito na mito na kuwezesha maji kuwepo wakati yanapohitajika. Kupotea kwa barafuto katika kilele cha Mlima Kilimanjaro kunaweza kusisababishe athari kubwa sana kwenye vyanzo vya maji, lakini ni wazi kwamba hali hiyo itaathiri utalii kwa kiasi kikubwa hapo baadaye. Kufuatana na taarifa za sasa, watalii 30,000 hadi 40,000 hupanda mlima kila mwaka. Mlima Kilimanjaro na kanda ya Kaskazini ya utalii ni chanzo kikuu cha fedha za kigeni Tanzania, hivyo kuufanya mlima huu mzuri kupindukia kuwa pia chanzo muhimu cha mapato kwa jamii zinazoishi katika ujirani wake.

Kuna kila uwezekano kwamba Mlima Kilimanjaro utakuwa kielelezo kikuu cha athari za mabadiliko ya tabianchi. Unaweza pia kusimama kama alama itakayoonyesha jinsi shughuli za binadamu zinavyoweza kuathiri hazina ya dunia. Katika hili, mlima unatoa onyo kuhusu matokeo yanayoweza kutupata, kama binadamu, iwapo tutachelewa au tutashindwa kuchukua hatua stahiki za kupunguza makali ya mabadiliko ya tabianchi duniani.

Kwa Watanzania, mabadiliko ya tabianchi yatakuwa na athari katika maisha ya kila siku. Halijoto itapanda, kutakuwa na mabadiliko katika misimu ya mvua, mfano mvua kidogo kunyesha au mvua nyingi kupita kiasi- vyote hivi vitazuia watu kupata maji safi ya kunywa, vitaleta changamoto katika kilimo na uzalishaji wa mazao, vitasababisha kuelemewa kwa miundombinu ya barabara na madaraja.

Ni jambo muhimu sana kupunguza makali ya mabadiliko ya tabianchi kwa kupunguza kiasi cha gesiukaa ya kabonidioksidi kinachoingia katika mizazi. Lakini, tayari binadamu ameshaachia kiwango cha kutosha cha kabonidioksidi katika mizazi kiasi cha kuathiri mifumo asili ya dunia. Kwa hiyo, binadamu anahitaji kuchukua hatua zitakazomfanya abadilike ili akabili mabadiliko yanayoweza kutokea katika karne ijayo. Ni jambo la lazima sana kwa vijana kuelewa sababu na matokeo ya mabadiliko ya tabianchi. Muhimu pia, ni lazima vijana wafahamu mahali pa kupata taarifa za kuaminika (kuhusu mabadiliko hayo) na jinsi ya kufanya kazi na jamii ili ibadilike na iweze kukabili mabadiliko ya tabianchi yanayokuja. Vijana wakisoma kwa bidii na kuipa elimu yao uzito unaostahiki, na kuanza kujitayarisha sasa kwa maisha ya baadaye, kutawawezesha wao na jamii nzima kukabili na kushinda changamoto kubwa ya kubadilika na kuishi katika dunia yenye joto zaidi na misimu tofauti ya mvua. Kwa vile binadamu amechelewa kuchukua hatua nyingi mpaka sasa, tegemeo litakuwa kwa vizazi vya vijana kuchukua hatua na kuongoza ili tuweze kuvuka nyakati hizi zenye changamoto nyingi.

Wenu,
Lonnie Thompson na Ellen Mosley-Thompson
(Tafsiri katika Kiswahili, Elieshi Lema)

Shukrani

Napenda kutoa shukrani za dhati kwa watu wote ambao wamenishawishi na kunisaidia kwa njia mbalimbali kufanikisha uandishi wa kitabu hiki kama ifuatavyo:

Dr. Lonnie G. Thompson, Dr. Ellen Mosley Thompson, Amy Kaspar, Jerry Ranpelt, Toby Ranpelt, Tracy A. Mashiotta, E. Oshier Bryan. G. Mark, Henry.H Breacher, Faraja B. Alfayo, Mr. Jason M. Cervenec, Dr. Carol Landis. Pia taasisi zifuatazo zilisaidia kutoa taarifa mbalimbali;

Bryd Polar Research Center – The Ohio State Universtiy, School of Earth Sciences – The Ohio State University

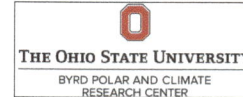

Rotary International, Machame Rotary Club – Tanzania, Capital Square Rotary Club in Ohio, Makoa Farm Ltd, Kampuni ya Uchapishaji ya E & D Vision Publishing kwa kuhakikisha kwa kila njia kuwa kazi hii inakamilika na kusomwa.

Mwandishi

Ujue Mlima Kilimanjaro

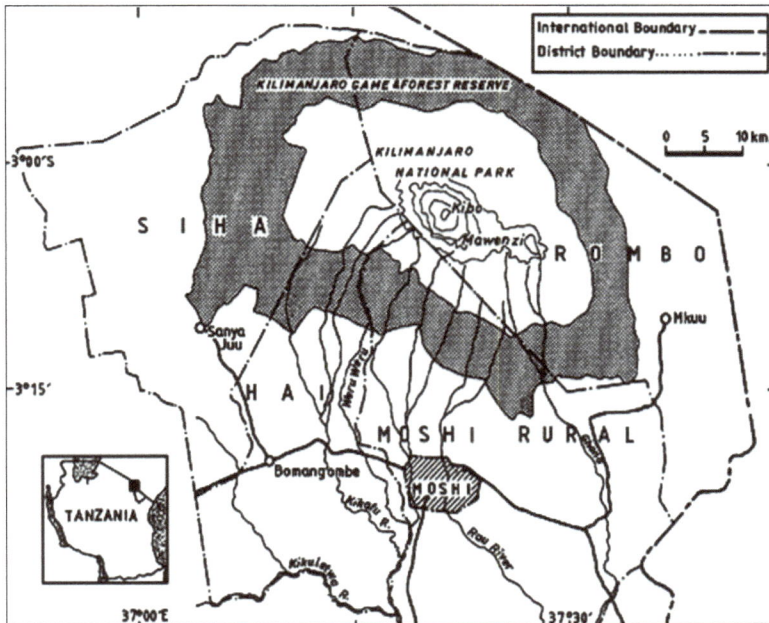

Mlima Kilimanjaro, mahali ulipo

Mlima Kilimanjaro na mahali ulipo

Mlima Kilimanjaro upo katika nchi ya Tanzania, Mkoa wa Kilimanjaro. Umesimama kama kilometa 350 Kusini mwa Ikweta, karibu na mpaka wa Tanzania na Kenya. Kilele chake kipo kati ya latitudo 3°4'50"K na 37°21'12"M Kusini mwa Ikweta; na Longitudo 37°10" na 37°40" Mashariki.

Ni mlima mrefu kuliko milima yote katika Bara la Afrika. Ni miongoni mwa milima mirefu ambayo imesimama peke yake.

Mlima Kilimanjaro una urefu wa mita 5,895 (au futi 19,340) kutoka usawa wa bahari. Mlima na mazingira yake una ukubwa wa kilometa za mraba 6,175.

Je, unajua chanzo cha Mlima Kilimanjaro?

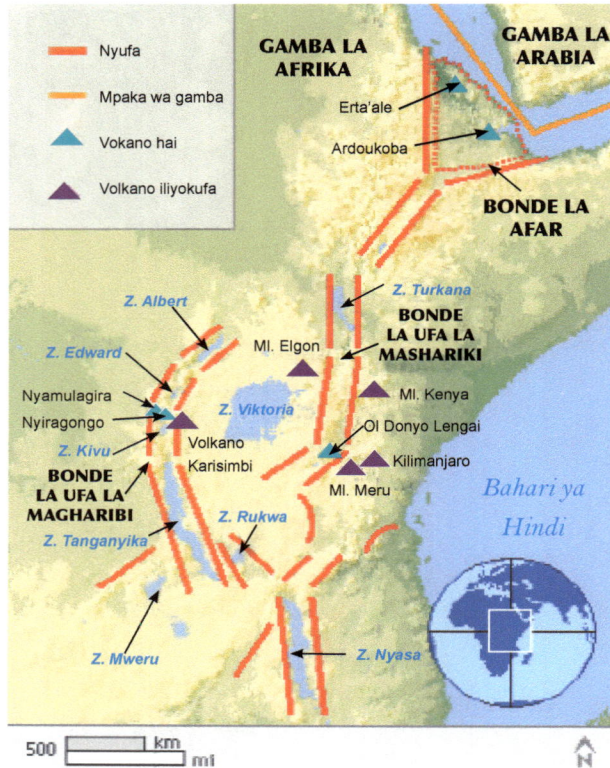

Bonde la Ufa la Africa Mashariki
(Chanzo: http://www.elateafrica.org/elate/geography/earthmovements/
faultiing.html)

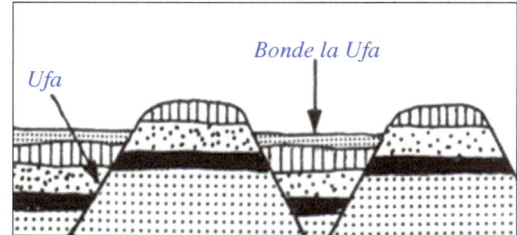

Mchoro wa bonde la ufa linavyofanyika

Mlima Kilimanjaro ni mlima wa kivolkano. Volkano hutokea wakati magamba mawili ya dunia yanaposogeana au kuachana na kusababisha magma kulipuka kutoka ndani ya Dunia. Pia, kama msukumo mkubwa katika magma, ndani ya dunia ukitokea sehemu yenye ufa, magma huweza kupenyeza na kuruka juu na kufanya mlima.

Bonde Kuu la Ufa la Afrika ya Mashariki lilitokea miaka milioni nyingi iliyopita. Magamba mawili ya dunia yaliachana na kusababisha nyufa na mabonde makubwa. Magma ililipuka kutoka ndani ya Dunia na kufanya milima. Volkano ndogondogo kadhaa zilitokea upande wa Mashariki wa Bonde.

Chunguza Ramani

Milima mingine ya volkano
Afrika ya Mashariki ni ipi?

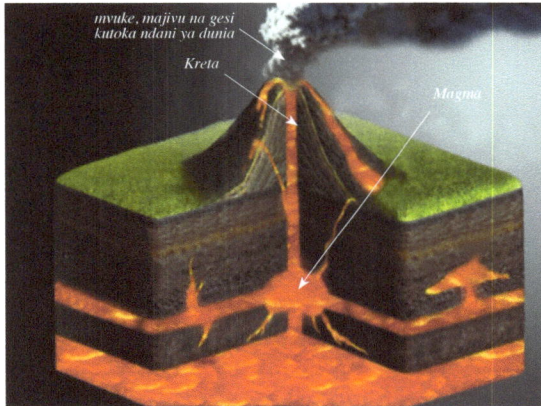

mvuke, majivu na gesi
kutoka ndani ya dunia

Kreta

Magma

*Magma, majivu na gesi hulipuka kutoka ndani ya
Dunia kufanya mlima wa kivolkano*

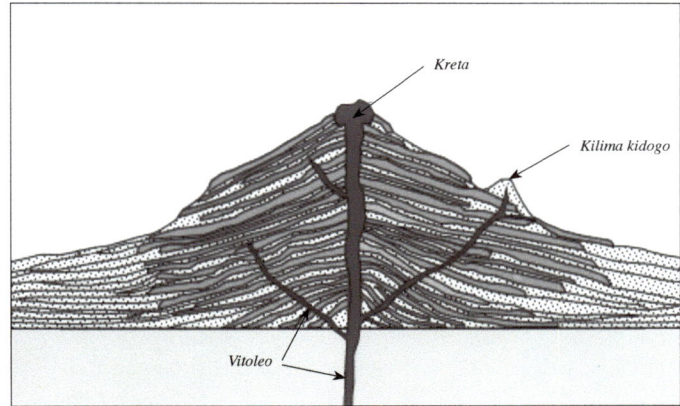

Kreta

Kilima kidogo

Vitoleo

*Eneo mkato la stratovolkano yenye vitoleo kadhaa.
Mlima Kilimanjaro ni stratovolkano*

Kutokea kwa Vilele

Miaka milioni kadhaa ilipita. Mlipuko wa volkano wenye lava na majivu ya moto mkali ulipasua moja ya nyufa zilizoachwa Mashariki mwa Bonde Kuu la Ufa la Afrika ya Mashariki. Mlipuko ulianza kufanya Mlima Kilimanjaro. Mlima haukufanyika mara moja. Magma iliendelea kutoka ndani ya Dunia kwa muda mrefu. Kilele cha Shira kilifanyika kwanza. Baadaye kilianguka na kurudi ndani ya Dunia na kilele hicho kufa kama volkano.Killele cha Mawenzi kilitokea upande wa Mashariki ya kilele cha Shira. Baadaye, kilele cha Kibo kikatokea katikati ya Shira na Mawenzi.Tabaka na tabaka za magma na majivu katika kilele cha Kibo ziliendelea kutoka ndani ya Dunia. Hali hii ilifanya kilele cha Kibo kukua na kurefuka. Lava ilisambaa na kuungana na kilele cha Mawenzi na kuunda mlima mkubwa tunaoujua leo kama Mlima Kilimanjaro. Kwa hiyo, Mlima Kilimanjaro unatokana na milipuko iliyofanya vilele vitatu vyenye uhusiano na Bonde Kuu la Ufa la Afrika ya Mashariki.

Vilele vya Mlima Kilimanjaro

Vilele vitatu vya Mlima Kilimanjaro: Shira, Mawenzi na Kibo.

Chanzo: Mchoro wa NASA.

Shira

Kilele cha Shira kilipoanguka na kurudi ndani ya dunia, kingo za Magharibi na Kusini zilibaki. Baadaye milipiko iliyofanya Kibo ilijazia kingo hizo. Kilele kina urefu wa mita 3,962 juu ya usawa wa bahari na ukubwa wa kama kilometa za mraba 620,000.

Mawenzi

Kilele cha Mawenzi kipo upande wa Mashariki. Kina urefu wa mita 5,149 juu ya usawa wa bahari. Kingo zake zimepasukapasuka kutokana na mmomonyoko. Upande wa Magharibi, kilele kina mwinuko mkali. Upande wa Mashariki kuna miteremko mikali na mirefu yenye majabali yaliyochongeka.

Kibo

Kilele cha Kibo kilifanyika mwishoni. Bado kinaonyesha dalili za kuwa volkano hai. Kilele kina kreta yenye majivu. Kati ya Kibo na Mawenzi kuna uwanda ulio juu wenye baridi kali kuliko sehemu yoyote katika Afrika nzima.

Kilele cha Kibo kina mita 5,895. Kibo ndicho kilele kinachojulikana kama Mlima Kilimanjaro. Kimefunikwa na theluji wakati wote wa mwaka na hivyo kuufanya mlima kuwa na umaarufu mkubwa na wa kipekee Afrika.

Kitako chake kina ukubwa wa kilometa za mraba 1,448.

Jina Kilimanjaro lilitoka wapi?

Jina "Kilimanjaro" ni fumbo. Nalo limekuwa urithi wa watu, makabila na nchi mbalimbali ulimwenguni.

Inawezekana kulikuwa na jina maalumu kutoka jamii ya kwanza iliyoishi katika msitu mnene na miteremko yake. Lakini kwa vile jamii hiyo haikuwa na utamaduni wa kuandika vitu na matukio, urithi huo umetoweka katika historia.

Katika jamii za Kiafrika, jina la kitu huweza kutokana na muonekano wake, matumizi yake, ugumu au urahisi wa kukifikia au kukipata, faida yake, na kadhalika.

Mlima Kilimanjaro umeitwa Mlima wa Mungu; Mlima wa Maji; Mlima Mweupe; Mlima Unaong'aa; Mlima Mgumu wa Kupanda, Mlima wa Misafara (safari za masafa marefu). Kwa wale waliotumia rasilimali zake walijivunia tunu hiyo wakauita "Mlima Wetu."

Wajerumani nao waliotaka kuumiliki mlima, wakaweka alama yao kwenye kilele cha Kibo kwa kukiita *Kaiser Wilhelm-Spitze*, Kilele cha Kaisari Wilheln.

Majina ya Mlima Kilimanjaro yanayofahamika ni: Kipoo (Kibo); Kilimakyaroo; Kilimakyaru; Oldoinyo Oibor, Kilima Jeu; Kayolaa; Kilimandscharos; Kilimanjaro.

Yohana Lauwo na wake zake. Aliishi kwa miaka 125, aliongoza watalii hadi kileleni kwa zaidi ya miaka 70

Mtu wa kwanza aliyerekodiwa kupanda Mlima Kilimanjaro na kufika kileleni alikuwa Bwana Yohana Kinyala Lauwo kutoka Marangu. Yohana akiwa na miaka 18 aliwaongoza Wajerumani Hans Meyer na Ludwing Purtscheller kupanda mlima, tarehe 6 Oktoba, 1889. Yeye alirekodiwa katika maandishi na hivyo akabaki katika kumbukumbu ya historia.

Ni wazi kwamba haikuwa mara yake ya kwanza. Jambo hilo linathibitisha kwamba watu walishapanda na kufika kileleni na hivyo kuuita "Mlima wa Kupanda."

Hifadhi ya Mlima Kilimanjaro

Hifadhi ya Mlima Kilimanjaro iko kama kilomita 350 chini ya Ikweta. Hifadhi inajumuisha sehemu yote ya mlima kuanzia meta 1,820 juu ya usawa wa bahari.

•   Mwaka 1921, Mlima na msitu wake ulitangazwa kuwa hifadhi ya wanyama.
•   Mwaka 1973, hifadhi ya Mlima Kilimanjaro ilianzishwa.
•   Mwaka 1977, hifadhi ilitangazwa kama kivutio cha utalii.
•   Mwaka 1989, UNESCO iliitangaza hifadhi kama urithi wa dunia.

Makao Makuu ya Hifadhi ya Mlima Kilimanjaro ipo Marangu. KINAPA (Kilimanjaro National Park) chini ya TANAPA (Tanzania National Park) ndizo mamlaka zenye dhamana ya kusimamia Hifadhi ya Mlima Kilimanjaro.

Katika hifadhi panapatikana uoto adimu wa asili ambao haupo mahali pengine popote duniani.

Hali ya hewa ya Mlima Kilimanjaro

Ikolojia ya Mlima Kilimanjaro ni maridadi na yenye kuvutia. Mfumo wa ikolojia umetengeneza hali yake ya hewa ambayo ni maalumu kwake. Kutokana na urefu wake mkubwa, halijoto ya Mlima Kilimanjaro inaathiriwa zaidi na mwinuko.

Sehemu za juu mlimani kuna misitu minene. Juu zaidi mazingira hubadilika na kuwa uoto wa milimani ambapo hewa ni nyepesi. Kileleni, kuna maeneo ya mawe na barafu. Nyuzi joto ni 0^0C.

Mabadiliko ya kanda za mazingira hutokea kila baada ya mita 1,000.

Mlima una kanda sita za hali ya hewa. Kila kanda inachukua eneo la mwinuko wa mita 1,000 hivi kati ya kanda moja na nyingine. Kileleni kuna eneo la ujangwa ambamo hakuna mimea inayostawi.

Mji wa Moshi, ulio bondeni upo mita 900 juu ya usawa wa bahari. Upo katika kanda ya joto. Halijoto ni kati ya nyuzi joto 20°-30°.

Sehemu ya mji wa Moshi na mazao yanayolimwa ukanda wa bonde

Kanda za hali ya hewa

KANDA	MWINUKO	MVUA	SIFA BAINIFU
Kilele	Mita 5,029 -5,895 juu ya usawa wa bahari	Mvua mm 100. Joto kali mchana; usiku barafu; oksijeni kidogo	Barafu na mawe. Hakuna uoto wala wanyama.
Ujangwa	Mita 4,023 - 5,029 juu ya usawa wa bahari	Mvua mm 250; nyuzi joto 40°C mchana na barafu usiku.	Uoto kidogo sana
Ukanda wa juu	Mita 3,853 - 4,023 juu ya usawa wa bahari	Mvua 250 mm	Majani mwitu, miti ya healther, kuvu
Milimani	Mita 2,804 - 3,853 juu ya usawa wa bahari	Mvua 530 mm- 1,300mm	Mimea na maua kidogo, Ukungu
Msitu mnene	Mita 1,830 - 2,804 juu ya usawa wa bahari	Mvua 1,000 mm - 2,800 mm kwa mwaka	Wanyamapori na mimea mbalimbali.
Vichaka na Mashamba	Mita 792 - 1,830 juu ya usawa wa bahari	Mvua 906 mm kwa mwaka. Halijoto nyuzi 20°C - 30°C	Makazi ya watu, ukanda wa kilimo.

Kitendo cha kikundi

Tengeneza kifani cha Mlima Kilimanjaro na hifadhi yake na mkiweke sehemu nzuri katika eneo la shule.

Majira

Majira ni nini?

Majira ni hali mbalimbali za hewa zilizogawanyika katika nyakati tofauti katika mwaka.

Hali ya Hewa	Kipindi
Masika	Machi hadi Mei
Baridi	Juni hadi Julai
Ukame	Agosti hadi Septemba
Vuli	Oktoba hadi Desemba
Ukame na joto	Januari hadi Februari

Hali ya hewa ya sehemu za bondeni mwa Mlima Kilimanjaro

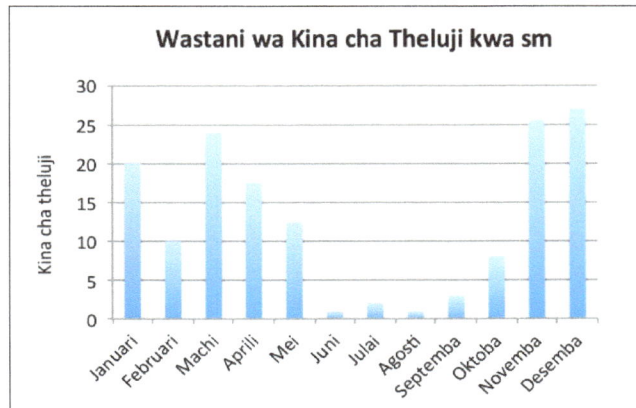

Jamii za Mlima Kilimanjaro

Mlima Kilimanjaro umezungukwa na jamii ya Wachagga na Wamasai. Wachagga wanaishii upande wa Mashariki na Kusini katika maeneo ya Nkuu, Marangu, Kidia, Mweka, Kibosho, Umbwe, Machame na Sanya Juu. Wamaasai wanaishi upande wa Magharibi na Kaskazini-Magharibi katika eneo la Olmolog.

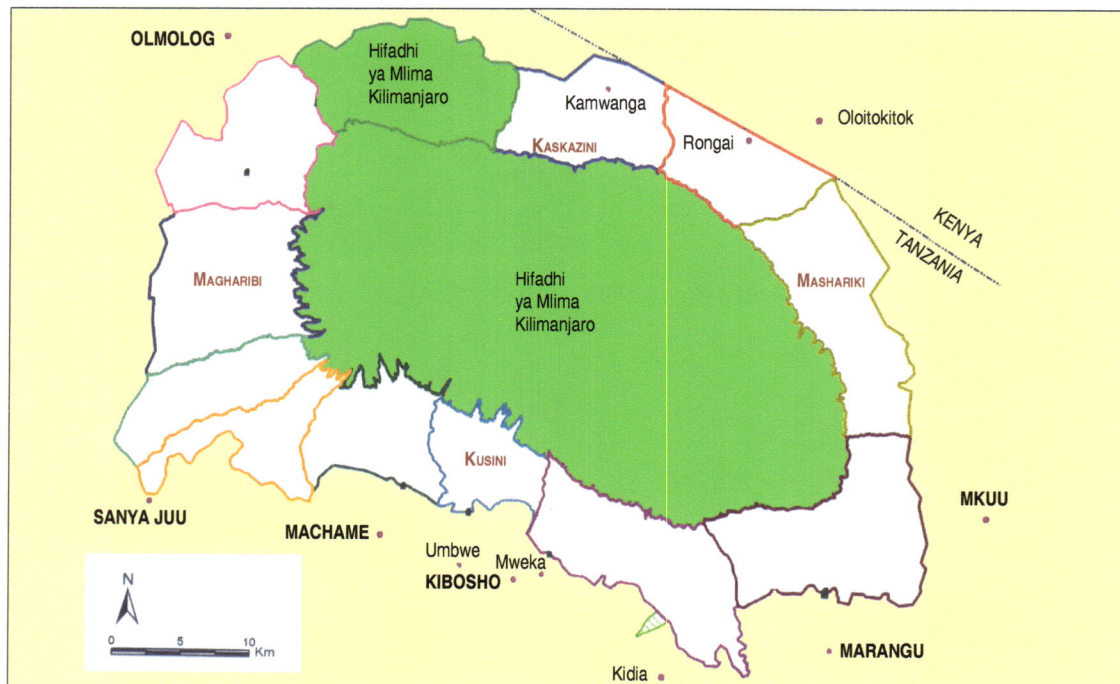

Ramani inayoonyesha jamii zinazozunguka Mlima Kilimanjaro

Chanzo: *Imetokana na ramani ya Uchunguzi wa angani wa hali ya hatari ya misitu ya Mlima Kilimanjaro. UNEP na wengine, 2002*

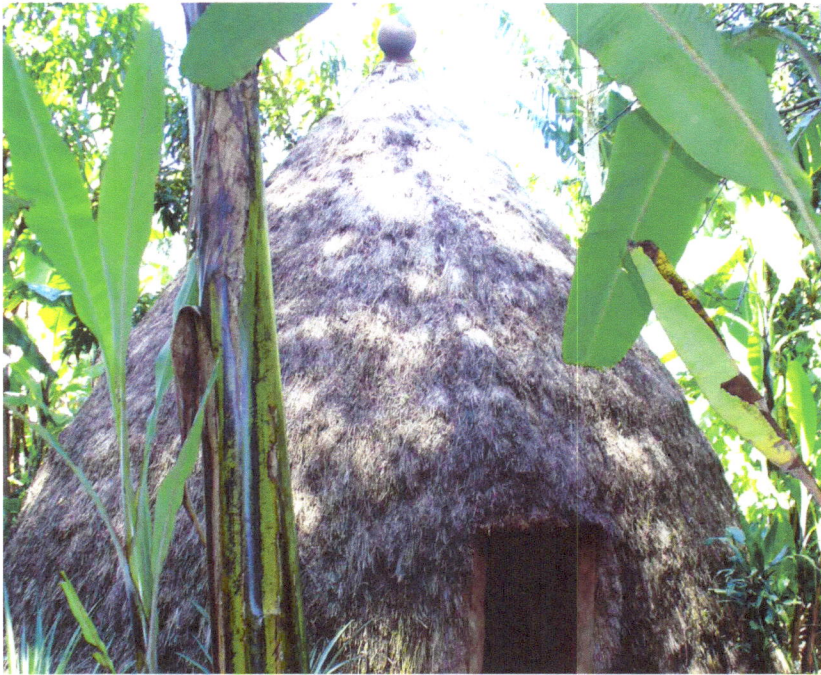

Zamani, maisha yalikuwa tofauti

Jamii hizi zimeishi katika sehemu hizi kuanzia zamani, zaidi ya 300 iliyopita. Zaidi ya watu milioni moja wanaishi kwenye miteremko ya Mlima Kilimanjaro hivi sasa.

Chunguza

Ukichunguza picha hizi,
Je, unaweza kutambua tofauti gani kati ya maisha ya zamani na ya sasa?

Nyumba na vifaa mbalimbali vya chakula na vinywaji vya Wachaga hapo zamani

13

Nyumba ya Wamaasai

Wamasai wanaishi upande wa Kaskazini-Magharibi na Magharibi katika eneo la Olmolog. Ol Molog ni jina la Kimasai lenye maana: *"Chunusi ndogondogo".*

Bakuli ya lava iliyotengenezwa zaidi ya miaka 2,000 iliyopita

Hali ya Hewa ya Olmolog

Olmolog ipo futi 6,600 juu ya usawa wa bahari. Ipo maili 10 kutoka mpaka wa Kenya.

HALI YA HEWA	KIPINDI
Baridi kali na umande	Usiku na asubuhi
Mvua kidogo	Oktoba na Januari
Mvua nzito na ukungu	Aprili hadi Mei
Baridi kidogo	Juni

Manyata za Wamasai wa Olmolog

14

Wenyeji walivyosema kuhusu mlima

Zamani sana, watu waliamini kuwa chanzo cha jua ni Mlima Kilimanjaro (*kyaamwi*). Wengine waliamini kuwa Mungu aliishi katika mlima na barafu iliyopo mlimani kuwa ni malaika. Hivyo, majanga yalivyotokea yalitafsiriwa kuwa ni ghadhabu za Mungu. Watu maalumu walifanya matambiko kwa niaba ya jamii. Mlima umeathiri lugha vilevile. *Kipoo* ni kielelezo cha mshangao hasa katika jambo la kufurahisha.

Msemo

"Kiboo kikangha kindemika nkushaangya fo."

(Kibo isipong'aa hakuna mafanikio)

Matambiko

"Kipindi cha nyuma, Mangi kupitia watu wake maalum alikuwa anatuma watu kutoa sadaka kwenye msitu wa Mlima Kilimanjaro. Walipeleka mbuzi na *Isale* ambalo lilijulikana kama mti wa amani. Baada ya ukiristo kuingia mambo ya matambiko yalifunikwa na dini, yakafifia kabisa."

Mzee Andrea Natanaeli Nkya

Matambiko ya kafara

"Mimi nachojua matambiko yapo, lakini kwa baadhi ya koo. Matambiko huwa yanafanyika kwa siri sana na hayana madhara yoyote kwa mlima. Watu huwa wanafanya matambiko haya sehemu zao maalumu walizojitengea kufanya matambiko."

Kijana Manase

Hadithi

Kisa cha Kiboo na Mawengye

"Hapo zamani Kibo na Mawengye (Mawenzi) walikuwa majirani na marafiki sana. Walishirikiana kwa kila kitu. Siku moja Kibo alikuwa amesonga ugali wa unga wa *mangolo*. Mawengye akaja kuchukua moto kwake. Kabla Kibo hajampa moto alimwonjesha jirani yake Mawengye ugali wa *mangolo*. Mawenge alifurahi sana kwani ugali ule ulikuwa mtamu. Alipomaliza kula alichukua moto na kuondoka. Alipofika njiani akauzima moto ili arudi tena kwa Kibo kuchukua moto. Kibo alikuwa anaendelea kula ugali wake, lakini akampa moto tena kwa mara ya pili. Mawengye alipofika njiani alirudi tena akiwa anataka apate ugali mtamu. Kibo alipomwona tena Mawengye amerudi, alikasirika sana, akachukua mwiko na kuanza kumpiga Mawengye. Alimponda sana. Ndiyo maana mpaka leo Mawengye ana mabondemabonde. Kanzia siku hiyo, Kibo na Mawengye kila mmoja alikaa mbali na wenzake. Na mpaka leo Mawengye amebakia na mabondebonde."

Imeelezwa na Mzee Andrea Natanaeli Nkya

Bunguabongo

Kwa nini binadamu hujenga imani kuhusu vitu fulani?

Faida zitokanazo na Mlima Kilimanjaro

Chanzo cha maji

Mlima Kilimanjaro una faida nyingi kwa jamii inayouzunguka, Tanzania nzima na ulimwengu. Faida muhimu sana kwa jamii nzima ya Tanzania ni kuwepo kwa mlima wenye sifa kubwa.

Wakaaji wa maeneo haya hutegemea maji ambayo chanzo chake ni vijito na barafuto katika vilele vya Mlima. Wakati uliopita chemichemi na mito ilibubujika maji mwaka mzima.

Tafakari

Je, kuna jamii inayoweza kustawi bila maji?
Kwa nini?

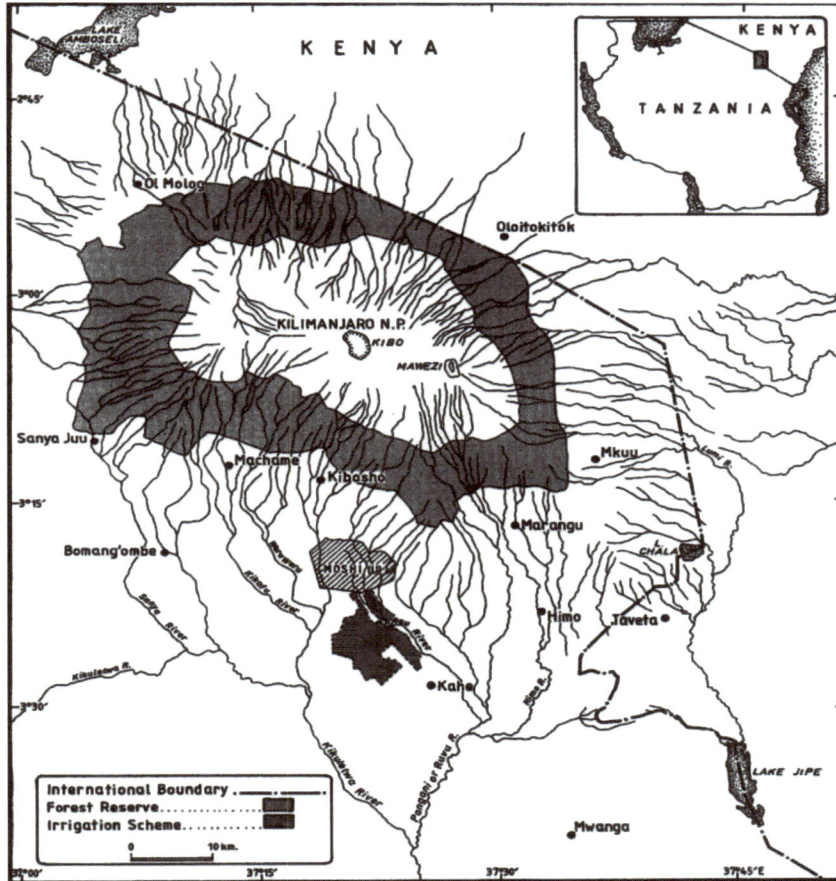

Mlima Kilimanjaro ni chanzo cha mito na vijito vingi

Kilimo na ufugaji

Miteremko ya Mlima Kilimanjaro ni kati ya sehemu zenye rutuba zinazozalisha mazao vizuri. Kilimo hutegemea mvua za msimu. Kilimo cha umwagiliaji hutegemea mito, vijito, chemichemi na mifereji.

Upande wa joshi wa mlima unapata mvua za kutosha. Kuanzia zamani, kabla ya ukoloni watu walitengeneza na kutumia mfumo wa umwagiliaji kwa mifereji. Umwagiliaji uliimarisha kilimo.

Mazao makuu ya chakula ni ndizi, mahindi na maharage. Kahawa inalimwa kama zao la biashara. Shughuli nyingine ni biashara.

Shughuli kuu ya Wamasai wa Olmolog ni ufugaji. Pamoja na mifugo wanalima pia ngano, maharage na mahindi. Olmolog ipo upande wa demani, kwa hiyo ni sehemu kame isiyoweza kustawisha mazao kwa wingi.

Bonde la Mto Pangani hupata maji yatokayo Mlima Kilimanjaro. Katika Bonde la mto Pangani wakulima wanalima mashamba madogo na makubwa kwa kilimo cha biashara.

Biashara na ajira

Mlima Kilimanjaro hutoa nafasi za ajira kwa wenyeji pamoja na Watanzania kwa ujumla. Ajira hizo ni: waongoza watalii, wapagazi na watumishi wanaofanya kazi kwenye ofisi za makampuni ya utalii, mashirika na taasisi za serikali kama KINAPA.

Biashara nyingi, kwa mfano, maduka ya vinyago na sanaa za asili, maduka ya nguo na vitabu kwenye miji ya Moshi na Arusha yanadumishwa na shughuli za utalii. Biashara za bidhaa za kilimo ni chanzo kikuu cha kipato.

Wamasai wanapata ajira kama walinzi, na waongoza watalii na skauti. Pia wanafanya biashara ya kukodisha punda wa kubeba mizigo.

Unayajua manufaa ya Mlima Kilimanjaro kitaifa?

Mlima Kilimanjaro ni chanzo cha Mto Pangani wenye umuhimu mkubwa kiuchumi. Kituo cha Nyumba ya Mungu, na vingine vitatu kwenye Mto Pangani huzalisha asilimia 17 ya umeme unaotumika nchini.

Kituo cha kuzalisha umeme, Pangani

Sekta ya utalii nchini Tanzania inategemea kwa kiasi kikubwa wageni wa ndani na nje ya nchi. Hifadhi ya Mlima Kilimanjaro huingizia taifa fedha za kigeni. Pia huchochea maendeleo ya sekta nyingine kama miundombinu, usafirishaji, maji na nishati.

Bonde la Mto Pangani hupata maji kutoka Mlima Kilimanjaro

Umuhimu kimazingira

Mlima Kilimanjaro ni chanzo cha mito na vijito vingi. Maji katika vyanzo hivi yanategemewa na jamii zilizo karibu na mbali na mlima. Uoto unaostawi katika miteremko yake unategemea pia maji na hali ya hewa. Mazingira na ikolojia ya mlima hutoa hifadhi kwa wanyama, wadudu na ndege wa aina mbalimbali. Hivyo huwezesha mlishano kwa viumbe wote. Hifadhi na Mlima Kilimanjaro vina mchango mkubwa kimazingira. Huratibu hali ya hewa ya sehemu zote katika miteremko yake na sehemu nyingine. Mlima huwezesha mvua za milimani kunyesha katika misimu yake. Hali hii huifanya ardhi ya sehemu hizo ifae kwa kilimo.

Hata katika upande wa demani, hali ya hewa huwezesha kuhama kwa wanyama kutoka Hifadhi ya Amboseli iliyo Kenya kuja katika hifadhi ya Kilimanjaro na Arusha.

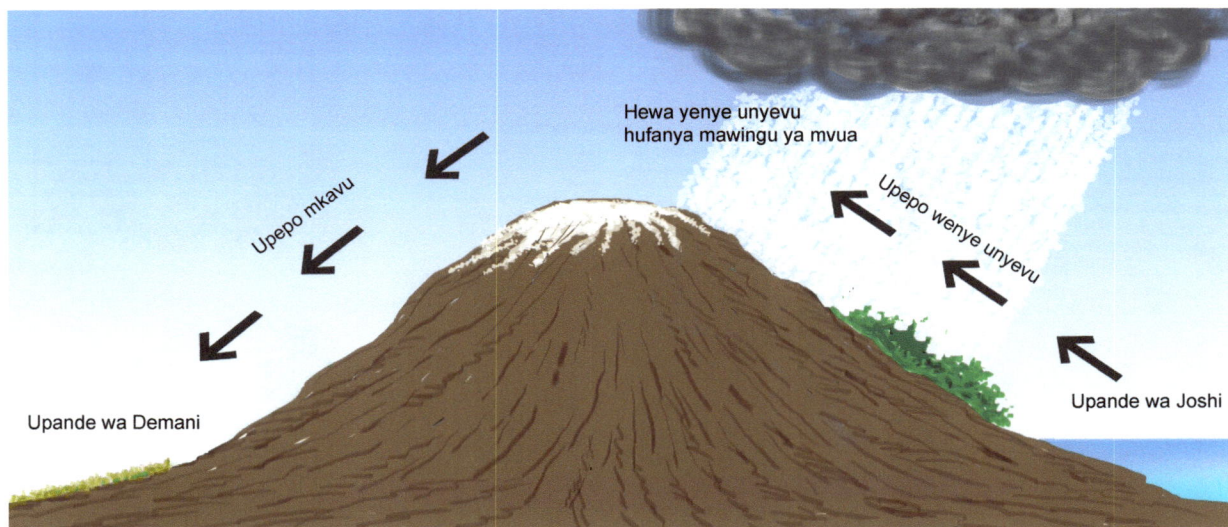

Hewa yenye unyevu hufanya mawingu ya mvua

Upepo mkavu

Upepo wenye unyevu

Upande wa Demani

Upande wa Joshi

Mlima na maisha ya Wachaga

Watu wanapohamia mahali, ustawi wao hutegemea rasilimali zilizo katika sehemu ile. Wahamiaji katika miteremko ya Mlima Kilimanjaro walipata:

- Magogo na mbao vilivyotumika kujenga na kuimarisha madaraja. Madaraja yaliunganisha vijiji sehemu zote na kuimarisha mawasiliano.

- Ardhi ya kivolkano iliyostawisha mazao.

- Walitumia fito kuimarisha mazao kama migomba na njegere.

- Jamii ilipata dawa za aina nyingi kutoka msituni na kwenye maeneo ya vichaka.

- Maji kwa wingi yaliwezesha maisha na kilimo.

- Misitu imekuwa chanzo cha kuni kwa miaka mingi.

- Mbao na fito zilitumika kujenga nyumba, mazizi ya mifugo- ngo'mbe, mbuzi na kondoo.

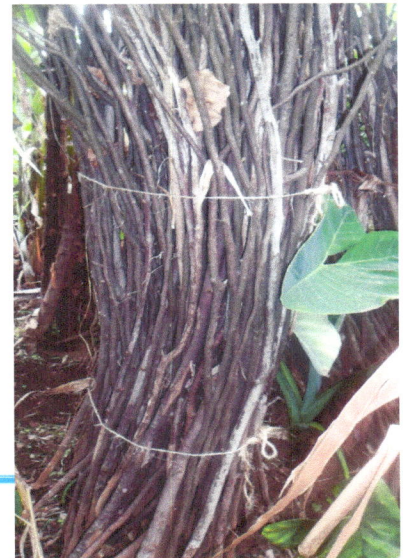

Je wajua?

- Asilimia 20 ya idadi ya watu duniani wanaishi kwa kutegemea misitu.
- Zaidi ya watu milioni 800 wanategemea misitu iliyo sehemu za tropiki.
- Karibu asilimia 90 ya Watanzania wanatumia misitu kupata nishati itokanayo na kuni na mkaa.

Je wewe Mtanzania unavutiwa na Mlima Kilimanjaro?

Mlima Kilimanjaro ni fahari ya Taifa na Watanzania wote. Ni moja ya vivutio vikubwa vya utalii Tanzania.

Kufuatana na Taarifa za TANAPA idadi ya watalii imeongezeka hadi kufikia watalii zaidi ya 80,000 kwa mwaka. Watalii hawa hutoka nchi mbalimbali duniani.

Tarehe 1 Januari, mwaka 2000, zaidi ya watu 1000 walifika kileleni mwa Mlima Kilimanjaro kushuhudia jua likitoka siku ya ujio wa millennia mpya.

Utafiti

Wataalamu na watafiti duniani kote wanautumia Mlima Kilimanjaro kwa tafiti mbalimbali, kujifunzia na kupanua taaluma zao. Tafiti hizi zinahusu hali ya mlima wenyewe, barafuto zake, ikolojia ya mlima na kadhalika. Hii ni faida kwa Dunia nzima, kwa vizazi vya sasa na vijavyo.

Ndoto yangu...

Andika insha fupi. Kichwa cha habari ni:

NDOTO YANGU.

Anza hivi:

Mwaka 2016 nitakuwa mtalii katika nchi yangu. Nitapanda Mlima Kilimanjaro na rafiki zangu... (endelea)

Je, Watanzania wanajua taarifa muhimu kuhusu Mlima Kilimanjaro?

Kuna haja kubwa ya kuweka na kutunza rekodi za watu wote, wenyeji na wageni, ambao wamepanda Mlima Kilimanjaro. Taarifa kama hizo zingesaidia sana wakati Mlima Kilimanjaro uliposhindanishwa kutangazwa kuwa miongoni mwa maajabu saba ya Afrika, Februari, 2013.

Taarifa zinaelimisha na pia zinashawishi.

Kuathirika kwa Mlima Kilimanjaro

Kibo isipong'aa hakuna mafanikio

"Kiboo kikangha kindemika nkushaangya fo."

Msemo wa Wamachame

Wanajamii tayari wameshashuhudia kupungua kwa theluji ya Mlima Kilimanjaro na uhaba wa mvua na maji. Wameona kwamba vina vya maji kwenye mito na vijito vimeshapungua kwa kiasi kikubwa.

Bunguabongo

Siku moja nitakayoamka asubuhi nikute hakuna maji kwenye mfereji, kijito, mto au katika bomba. Nitafanya nini?

Barafuto za Mlima Kilimanjaro zimepoteaje?

Barafu ni nini?

Barafu ni maji yaliyoganda. Theluji na barafu ni maji yaliyoganda. Maji huganda katika halijoto 0°. Barafu iliyo juu ya Mlima Kilimanjaro inatokana na kuganda kwa unyevunyevu ulio kileleni wakati wote.

Barafuto ni nini?

Barafuto ni barafu iliyokusanyika na kugandia sehemu moja kwa kipindi kirefu. Tabaka la barafu hukusanyika juu ya tabaka lingine la barafu, mwaka hadi mwaka. Hili hutokea wakati kasi ya mkusanyiko wa barafu na theluji inapokuwa kubwa kuliko uwezo wa barafu kuyeyuka. Matabaka haya hugandamizana na kuyafanya kuwa mazito. Kufanyika kwa barafuto huchukua miaka zaidi ya mia moja hata kufika miaka elfu.

Taarifa za watafiti

Uchunguzi wa barafuto uliofanywa na Dk. Lonnie Thompson umeonyesha kwamba barafuto za Mlima Kilimanjaro zina umri wa zaidi ya miaka 11,700. Barafuto hizi ziliweza kuvumilia ukame wa muda mrefu uliotokea miaka 2,200 kabla ya kuzaliwa kwa Yesu Kristo.

Mlima Kilimanjaro una barafuto kadhaa zijulikanazo kama 'mashamba ya barafu.' Picha ya NASA ya mwaka 2004 imeonyesha kilele cha Kibo kikiwa na barafuto kubwa 12. Hata hivyo, tafiti zimeonyesha kuwa kumekuwa hakuna mkusanyiko wowote mpya wa tabaka la barafu uliotokea katika karne ya 21. Barafu ilyokuwepo inayeyuka kwa kasi.

Theluji

Barafu

Barafuto

Barafuto za Mlima Kilimanjaro

Kupotea kwa barafuto za Mlima Kilimanjaro

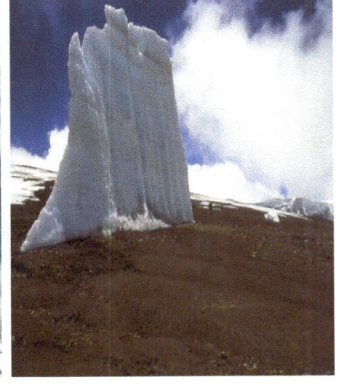

Barafuto za Mlima Kilimanjaro zinayeyuka kwa kasi

Taarifa nyingi kutoka watafiti mbalimbali kote duniani zimebaini kuwa katika milenia 11 zilizopita, Mlima Kilimanjaro umeathirika sana na hali ya hewa kutokana na ongezeko la joto.

- **Miaka 12,000** iliyopita, barafuto ilifunika eneo la mraba wa kilomita 400 kufikia kilele cha mlima.

- **Kuanzia mwaka 1912, 1970, 2000, 2006 na 2013,** sehemu yenye theluji ilipungua kutoka kilomita 122 za mraba hadi kufikia kilometa 1 za mraba za mlima. Asilimia 88 ya barafu ilikuwa imekwishapotea.

- **Katika miaka ya kuanzia 1900,** wenyeji wa Mlima Kilimanjaro wanathibitisha kwamba walikuwa wakiona theluji na barafu iliyofunika mlima wakati wote wa mwaka ambayo sasa haipo.

- **Kuanzia mwaka 1912 hadi 1953**, barafu iliyokuwa inapotea ilifikia karibu asilimia 1 kwa mwaka.

- **Mwaka 1989 hadi 2007,** asilimia 2.5 ya barafu ilikuwa inapotea kwa mwaka. Hata hivyo, kupotea kwa barafuto katika kasi hii kulitokea duniani kote katika maeneo ya nyanda za juu na latitudo za kati. Jambo hili lilithihirisha kuwa kiwango hicho cha joto kilitokana na ujotoshaji wa dunia.

-

Watafiti wanajitahidi kupanda Mlima Kilimanjaro kupata taarifa mbalimbali ili kujibu maswali yafuatayo:

- Je, kupotea kwa theluji ya Mlima Kilimanjaro kunatokana na matumizi ya nishati za petroli, gesi na makaa ya mawe duniani kabla ya miaka 250 iliyopita? Nishati hizi huzalisha gesi za kaboni na metheni kwa kiasi kikubwa. Kaboni huingia katika anga hewa na kusababisha utojoshaji wa dunia?

- Je, badiliko hili kubwa la upoteaji wa theluji linatokana na badiliko la tabia nchi duniani?

- Tafiti nyingine zimetoa dhanio ya kwamba upotevu wa barafu unatokana na vipindi vya joto kali na ukame uliotokea miaka mingi iliyopita. Kwa mfano, mwaka 2000, Dk. Ronnie G. Thompson wa Chuo Kikuu cha Ohio, alionyesha kwamba mazingira ya Mlima Kilimanjaro ni tofauti kabisa na yalivyokuwa miaka 10,000 iliyopita.

- Barafuto za Kilimanjaro zilifanyika wakati wa Kipindi cha Unyevu Afrika, kuanzia miaka 10,000 hadi miaka 5,000 iliyopita. Barafuto zilipungua wakati Maziwa Makuu ya Afrika yalipokauka.

- Kwa ufupi, ni kwamba asilimia 85 ya barafu iliyofunika Mlima Kilimanjaro ilikuwa imepotea kufikia mwaka 2007.

- Dk. Ronnie Thompson na watafiti wenzake wameonyesha kuwa kiasi cha barafu ya unene wa mita 0.5 *(Ft. 1.6)* inapotea kila mwaka tangu mwaka 2000. Walithibitisha kuwa barafuto zilisinyaa kwa asilimia 40 kuanzia mwaka 2000 hadi 2013.

Athari zake zitagusa maisha ya wakazi wa Kilimanjaro, miji ya jirani na, taifa la Tanzania. Athari kwa dunia itatokana na kufifia kwa kivutio cha mlima wenye barafu katika eneo la ikweta.

Tutabaki na jabali!

Mlima Kilimanjaro ni kivutio cha utalii kinachojulikana duniani kote. Kwa sababu hii, watali huja kuuona Mlima Kilimanjaro na kuingizia Serikali fedha nyingi za kigeni. Kama theluji yote ikiyeyuka, mlima bado unaweza kuvutia watafiti, lakini kwa kiasi kikubwa utaonekana kama jabali kubwa tu na utakosa kuwa kivutio.

Tutafakari

Je, wewe binafsi, ni jitihada gani unazoweza kufanya kuhifadhi mazingira ya Mlima Kiliamanjaro ili kusitisha kasi ya upoteaji wa barafuto?

Je, hali hii ya upotevu wa barafuto inaweza kusitishwa au kupunguzwa? Tuchukue hatua gani za haraka kuunusuru mlima?

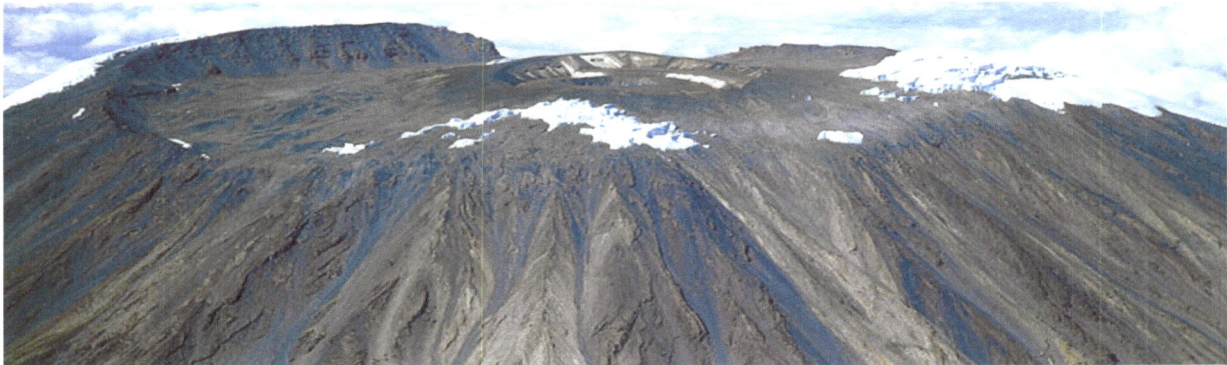

Kupotea kwa bioanuai

Bioanuai ni nini?

Bioanuai ni viumbehai tofautitofauti vinavyoishi pamoja katika mazingira fulani.

Bioanuai ni sehemu muhimu ya mazingira ya Mlima Kilimanjaro na ikoloja yake. Kwa pamoja huunda mfumo wa ikolojia usiofanana na sehemu nyingine yoyote duniani. Kivutio cha Mlima Kilimanjaro ni pamoja na mfumo wake wa ikolojia.

Kuathirika kwa ikolojia ni pamoja na kupungua kwa miti ya asili inayohifadhi ardhi na vyanzo vya maji. Pia ni makazi ya viumbehai mbalimbali kama mbega, kima, ndege na wadudu wa aina nyingi.

Mringaringa

Mkuu

Mwaumu

Mng'onda

Iruka

Msesewe

Aina kadhaa za miti ya asili iliyo katika hatari ya kutoweka katika Mlima Kilimanjaro na vijiji vinavyouzunguka

Kupotea kwa theluji ya Mlima Kilimanjaro

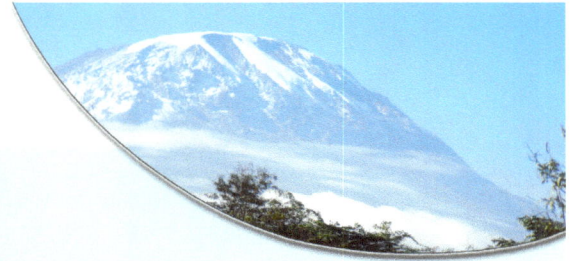

Kwa nini barafuto zinapotea kwa kasi?

Barafuto zinapotea katika sehemu nyingi za baridi duniani. Hali hii inaonyesha kuwa kuna sababu ambazo athari zake zinagusa dunia nzima. Sababu hizi zinaweza kuwa za asili au zile zinazotokana na shughuli za binadamu.

Sababu za asili

Sababu za asili ni halijoto, mvua na theluji na upepo.

• *Halijoto*

Nishati ya joto kutoka kwanye jua hufika duniani kupitia kwenye angahewa. Kiasi cha joto hurudishwa katika angahewa. Kiasi kingine kinanyonywa na mawingu, ozoni na unyevu. Kiasi kingine hufika kwenye uso wa dunia.

Uso wa dunia ukipata joto, hewa iliyo karibu nayo hupata joto. Joto linalojongea kwenda juu husafirisha joto katika angahewa. Upepo husafirisha hewa yenye joto kila mahali katika angahewa. Mchakato huu ni wa asili. Husaidia kuweka uwiano wa joto duniani na kufanya dunia pawe mahali pazuri pa kuishi.

Uwiano huu ukibadilika kwa sababu ya ongezeko la gesi za kaboni katika angahewa, joto huongezeka katika uso wa dunia. Jambo hili huitwa ujotoshaji dunia. Ujotoshaji dunia husababisha barafuto za milima katika nchi baridi na mahali pengine duniani kuyeyuka.

• *Mvua na Theluji*

Joto huwezesha mzunguko wa maji. Nishati ya joto kutoka kwenye jua hupasha joto maji katika bahari, maziwa na mito. Maji yaliyopashwa joto huwa mvuke. Mvuke hupanda kwenye angahewa, unakutana na hewa baridi na kupoa. Ikifika kizingiti cha mgando, hewa huganda na kuwa vitone vidogovidogo vya unyevu ambavyo hufanya mawingu. Mawingu yakiwa mazito sana huanguka kama mvua au theluji ikiwa hewa ni baridi.

Katika kilele cha Mlima Kilimanjaro ambapo ni baridi wakati wote, unyevu ulioganda huanguka kama theluji.

Kitendo cha kikundi kwa shule:

Wanafunzi wachemshe maji na kufunika sahani ya bilauri juu ya sufuria kuchunguza jinsi mvuke unavyobadilika kuwa maji. Linganisha matokeo na mchakato unaotokea katika mizazi.

• *Upepo*

Upepo ni hewa inayojongea. Hewa hujongea kwa ulalo katika sehemu za joto kwenda sehemu za baridi. Hewa yenye joto hupanda juu, hupoa inapokutana na hewa baridi na kuganda kufanya mawingu. Hewa baridi hushuka kuchukua nafasi ya hewa yenye joto iliyopanda. Hewa baridi iliyoshuka hupoteza unyevu, na kupashwa joto, kisha kupanda tena. Hiyo mikondo ya hewa ni ya asili. Husafirisha unyevu kuupeleka katika angahewa.

Hupeperusha hewa yenye joto kwenda sehemu mbalimbali katika angahewa. Upepo ni kipengele muhimu cha hali ya hewa.

Upepo wenye unyevu unapovuma kutoka baharini husafirisha unyevu. Unyevu hupoa na kuganda unapofika sehemu za milima mirefu. Hali hii hutengeneza mawingu ambayo baadaye vitone vyake huanguka kama mvua.

Kazi ya kikundi:

Chora mchoro kuonyesha kinachotokea wakati upepo unapovuma kutoka baharini na kufika Mlima Kilimanjaro na kuendelea.

Shughuli za Binadamu

Baadhi ya shughuli za binadamu zimedhihirika kuwa visababishi vya utojoshaji Dunia. Shughuli hizo ni: Ukuaji wa sekta ya viwanda duniani kote, kupanuka kwa usafirishaji, ukataji holela wa misitu na kilimo kisichofaa.

• Ukuaji wa Sekta ya Viwanda Duniani

Viwanda ni kati ya shughuli kuu za binadamu zinazozalisha mali na fedha. Kuongezeka kwa viwanda duniani kote ikiwemo Tanzania, kunatokana na utashi wa maendeleo ya jamii. Kuongezeka kwa mahitaji ya jamii kunachochea uwekezaji mkubwa na mdogo. Viwanda, kilimo, nishati na usafirishaji huchangia katika uchafuzi wa hewa. Huongeza gesi za kaboni na metheni katika anga hewa.

Gesi za kabonidioksidi, metheni na unyevu zinajulikana kama " gesi za kibanda cha kijani." Gesi hizi zinafyonza nishati ya joto inayoingia katika angahewa kutoka katika uso wa dunia. Hali hii hufanya angahewa kuwa na joto kuliko ambavyo ingekuwa bila gesi hizi.

Kwa kulinganisha na sehemu nyingine duniani, Tanzania huzalisha gesi za kaboni na metheni kiasi kidogo sana. Hata hivyo, matokeo ya uzalishaji wa gesi za kaboni mahali popote duniani huathiri sehemu zote duniani ikiwemo Tanzania.

Moshi kutoka viwandani

Moshi kutoka kwenye mitambo ya kufua umeme

Changamoto

Sekta ya viwanda inazidi kukua duniani, na hivyo uchafuzi wa hewa na ujotoshaji dunia unazidi kuhatarisha ustawi wa binadamu. Nini kifanyike?

Joto jingi katika angahewa na baharini ni hatari

Athari zake ni hizi:

- ### Ujotoshaji Dunia

  Nini maana ya ujotoshaji Dunia?
  Ujotoshaji Dunia ni ongezeko la polepole la wastani wa halijoto katika angahewa na baharini. Mchango mkubwa wa ujotoshaji unatokana na ongezeko la gesi za kabonidioksidi na metheni katika angahewa. Kwa vile hewa huwa kwenye mwendo wakati wote, na haina mipaka, hupeperusha gesi za kaboni kila mahali duniani. Kwa hiyo, ongezeko la joto mahali popote duniani huathiri nchi zote, nchi zenye viwanda vikubwa na ambazo hazina viwanda vikubwa kama Tanzania. Kwa hiyo, Mlima Kilimanjaro unaweza kuathirika kutokana na ongezeko la joto mahali popote duniani.

- ### Kuathirika kwa Ikolojia

  Viumbe hai hustawi katika hali maalumu ya mazingira. Katika hali hiyo, viumbe hupata chakula/hustawi, hukua na huongezeka. Joto likiongezeka, viumbe wanaotegemea mazingira hayo huathirika. Viumbe vinaweza kupungua, kufa, kuhama au kubadilika. Ikolojia ya Mlima Kilimanjaro imeathirika kwa kupungua kwa uoto, vijito na mito, wadudu na wanyama.

- ### Kuyeyuka kwa Barafu na Barafuto

  Barafuto nyingi duniani zipo katika maeneo ya baridi kali. Inajulikana kwamba barafuto zilianza kuyeyuka kuanzia miaka ya 1800. Hata hivyo, kuanzia kipindi hicho, viwango vya kuyeyuka vimepanda. Sababu zinakisiwa kuwa ni kupanda kwa halijoto na ujotoshaji dunia.

  barafuto inayoyeyuka

Ukame

Halijoto ikipanda husababisha maji kuvukizwa kwa kiwango kikubwa. Hali hii hufanya ardhi kuwa kavu. Maji yakivukizwa kwa kiwango kikubwa wakati wa ukame, husababisha pia upungufu wa maji ya ardhini. Udongo huathirika na mavuno hupungua na viumbehai huathirika. Aidha, ukame husababisha misitu kuungua.

Kilimo

Ujotoshaji dunia unaathiri kilimo kwa njia kadhaa. Hizi ni:

- Kupungua kwa mavuno,
- Kupungua kwa maji katika udongo,
- Mashambulizi ya magugu na wadudu waharibifu wa mimea,
- Upungufu katika upatikanaji wa maji,
- Ukame wa muda mrefu,
- Mafuriko yasiyotabirika.
- Njaa na magonjwa.
- Kukosa usalama wa chakula katika Dunia ambayo watu wanaongezeka kwa kasi.

Athari za Ukame

Upungufu wa mavuno

• Kupanuka kwa Usafirishaji

Ongezeko kubwa la magari makubwa na madogo na usafiri wa anga unaongeza uchafuzi wa hewa kwa kuzalisha gesi za kaboni.

Majadiliano

Kumiliki gari ni alama ya mafanikio kwa wengi. Je, serikali ifanye nini kuweka uwiano kati ya kuheshimu mafanikio ya watu binafsi na udhibiti wa uchafuzi wa hewa?

• Ukataji Holela wa Misitu

Katika michakato ya kujikimu na kutafuta maendeleo, binadamu huingiliana na mazingira. Katika uhusiano huu, binadamu ana uwezo mkubwa wa kubadilisha mazingira na kujifunza. Kwa sababu hii, binadamu anao wajibu mkubwa kuhakikisha kwamba mazingira hayaharibiki. Jambo hili hulinda ustawi na maendeleo yake mwenyewe.

Watu wanaoishi vijijini Tanzania kwa ujumla, huwezeshwa na rasilimali ya misitu. Asilimia zaidi ya 90 ya watu Tanzania hutumia kuni na mkaa kama chanzo cha nishati. Pia hupata fito na mbao kwa ujenzi wa makazi.

• Uvunaji Holela wa Miti

Ukataji miti holela umepunguza miti mingi, iliyokomaa na michanga, katika msitu wa Kilimanjaro. Watu wanakata miti kwa biashara ya mbao, magogo, kuni na mkaa.

Athari zake ni hizi:

- Kupotea kwa sehemu kubwa za msitu;
- Huongeza mmomonyoko wa udongo na maporomoko ya ardhi;
- Kutoweka kwa miti ya asili;
- Kupotea kwa maskani ya mimea, ndege, wadudu na wanyama pori.

Kufuatana na taarifa za UNEP, kiasi cha hekta 15,445 za msitu wa Kilimanjaro zimetoweka kuanzia 1976 hadi 2012.

• *Uvunaji Haramu*

Msitu wa Kilimanjaro una miti mingi yenye manufaa kibiashara. Miti mingi imekatwa na wavunaji haramu. Katika sehemu za miteremko, miti zaidi ya 2,000 ya Kafuri imekatwa. Katika miteremko ya Kaskazini, Mashariki na Magharibi, miti ya mkangazi na mingine ya asili imevunwa.

Kutokana na uchunguzi kutoka angani wa msitu wa Mlima Kilimanjaro uliofanywa na UNEP na wengine, miti mingi ya asili imevunwa. Katika mpaka wa hifadhi ya msitu, miti yote ya kafuri imekwishakatwa. Katika mpaka wa hifadhi ya msitu, miti ya asili kama Okotea zaidi ya 4,000 ambayo huhifadhi maji ilikwishavunwa.

Ukataji miti holela katika sehemu ya msitu wa Mlima Kilimanjaro

Uvunaji haramu wa miti katika msitu wa Kilimanjaro

SPISHI ZA MITI	IDADI ILIYOVUNWA
Kafuri	2,111
Mkangazi	574
Spishi za asili	5,183
Jumla	7,868

Chanzo: *Data imepatikana katika Ripoti ya Uchunguzi wa Angani kuhusu Hatari Zinazokabili Msitu wa Mlima Kilimanjaro. UNEP na Wengine, 2002*

Changamoto

Sisi wote tunawezaje kuzuia hali ya matumizi mabaya ya msitu?

Sehemu ya Mlima Kilimanjaro ambapo miti ya kafuri imevunwa
Chanzo: *Ripoti ya Uchunguzi wa Angani kuhusu Hatari Zinazokabili Msitu wa Mlima Kilimanjaro. UNEP na Wengine, 2002*

Faida za miti

- Miti huzuia mmomonyoko wa udongo. Mizizi yake hushikisha udongo na kuuzuia kuchukuliwa na maji au upepo kirahisi.
- Miti hutumia kabonidioksidi iliyo katika mizazi kujitengenezea chakula. Kwa njia hiyo, hupunguza gesi hiyo katika mizazi.
- Miti hutoa oksijeni ambayo binadamu na viumbehai vingine huipumua na kuweza kuishi.
- Miti ni chanzo cha vyakula na dawa kama ikitunzwa.

- *Kuchoma Moto*

Katika maeneo ya Mlima Kilimanjaro, tatizo la moto ndani ya misitu linatokea mara kwa mara kutokana na shughuli zifuatazo:

- Urinaji asali ndani ya misitu kwa kutumia moto ili kufukuza nyuki.
- Wapasua mbao ndani ya msitu kutumia moto kupikia na kisha kuondoka bila ya kuuzima.
- Uwindaji haramu ndani ya msitu unaotumia moto kufukuzia wanyama wadogo.

Athari za moto katika msitu wa Mlima Kilimanjaro:

- Maeneo makubwa ya miti, mimea na wanyama yameteketea.
- Uasili wa ardhi na rutuba umepotea. Viumbe wadogo wanaosaidia kurutubisha udongo kwa kuozesha masalia ya wanyama na mimea vimeungua na kutoweka.

Njia za kuzuia moto katika Msitu wa Mlima Kilimanjaro

- Kutumia sheria kudhibiti shughuli zisizo rasmi ndani ya hifadhi ya msitu.
- Kutoa elimu ya kuhifadhi misitu kwa wanajamii wanaozunguka mlima.

- Kuhamasisha jamii kutumia vifaa vya kisasa vya kurinia asali.
- Kuimarisha ushiriki wa wanajamii katika kuulinda na kuhifadhi mazingira ya mlima.

Vifaa vya kisasa vya kufugia nyuki

Jadili

Tufanye nini kuwawajibisha watu wanaoanzisha moto ndani ya msitu wa Mlima Kilimanjaro?

Wewe binafsi unawezaje kuwa mlinzi makini na mwenye juhudi katika kulinda rasilimali za Mlima Kilimanjaro dhidi ya uharibifu?

• Kilimo Kisichofaa

Kilimo katika mwinuko bila kuweka matuta kimesababisha maporomoko ya ardhi na mmomonyoko na kufanya mito kujaa matope.

Mmomonyoko wa udongo unaathiri kiasi cha mavuno ya kilimo. Mavuno yakipungua, chakula kinapungua. Athari zake ni watu kuacha shughuli ya kilimo na kungia katika shughuli ya kuvuna rasilimali za misitu ili kujipatia kipato.

Uharibifu Katika Mazingira ya Mlima Kilimanjaro

Wanajamii wanasemaje?

MACHAME: KIJIJI CHA NKWESEKO MACHAME

Mzee Jacob Nkya Kiungayi, Tarehe 15/07/2013.

Kupungua kwa Theluji

"Mimi nimefanya kazi Mlima Kilimanjaro kwa miaka mingi, kuanzia 1986 -2012. Kuna mabadiliko makubwa sana, sana, Mlima Kilimanjaro. Mimi nimeshafika mpaka pale juu kabisa kileleni na mara ya mwisho kupanda ilikuwa ni mwaka 2012. Katika kipindi hiki chote nimefanya kazi na kampuni kadhaa za utalii za mkoani Kilimanjaro na Arusha.

Uzoefu wangu katika nafasi mbalimbali nimeshuhudia mabadiliko makubwa sana. Pale kileleleni kuna eneo kubwa kama uwanja, vilevile kuna shimo kubwa la volkano. Kuna mabadiliko katika kilele cha Shira kilicho mita 4000 kutoka usawa wa bahari. Katika miaka ya 1980 kulikuwa na barafu, lakini kuanzia miaka ya 1990 nilipokwenda tena niliona hakuna tena barafu. Barafuto zilikuwa zimepungua kabisa. Nilipokwenda juzi, barafuto zimekwisha kabisa. Na kwa uelewa wangu, barafuto ndiyo inayosaidia hata maji tunayoyapata. Mabadiliko yaliyotokea katika mazingira ya Mlima kilimanjaro hayakutokana na shughuli za watu wanaoishi kuzunguka mlima. Yamechangiwa sana na kuongezeka kwa joto duniani."

MACHAME: KIJIJI CHA NRONGA

Mzee Mwalimu Veransia Matiri Lema, Tarehe 16/07/2013

Kilimo Kisichofaa

"Kilimo katika vyanzo vya maji ni sababu moja kubwa iliyochangia kiwango cha maji kupungua katika mito yetu. Mito yetu imejaa matope mengi. Wakati wa nyuma, ulinzi ulikuwa wa kiwango cha juu. Mfano, kulikuwa na mlinzi aliyekuwa na jukumu la kulinda na kuhakikisha hakuna shughuli zozote za kilimo katika vyanzo vya maji. Mlinzi mmoja alilinda kuanzia Kikafu mpaka msituni; mwingine alikuwa upande wa Semira. Utaratibu huu ulitumika karibia kila sehemu iliyokuwa inazunguka Mlima Kilimanjaro, upande wa Siha, Kibosho, Rombo, Marangu na kadhalika."

Kupungua kwa Theluji na Maji katika Mito

"Miaka ya nyuma kama 40 hivi, ulikuwa ukiamka asubuhi unaweza kuona barafu inashuka mpaka chini, lakini kwa sasa hakuna kitu kama hicho. Miaka ile, barafu iliyokuwa inaonekana kule juu siyo hii ya sasa hivi. Kuna mabadiliko makubwa. Kwa mfano, hapa kijiji cha Nronga misitu imekuwa kama mbuga, miti imekatwa ovyo. Hali ni ya kusikitisha sana. Kipindi kama hiki mito mikubwa kama vile Kikafu na Semira ilikuwa inafurika maji lakini sasa hivi maji yamepungua sana. Wakati sisi ni vijana kipindi cha masika ilikuwa siyo rahisi kuvuka mto na kwenda kijiji kingine. Watu waliobebwa na maji wakivuka kwenda ng'ambo walikuwa wengi. Kwa sasa yale mawe yaliyokuwa hayaonekani yako juu ya maji kabisa.

Chemchem ya Shini, zamani ilikuwa ikitoa maji kwa ajili ya matumizi ya nyumbani lakini kwa sasa hakuna kitu. Huwezi kujua ni wapi haswa illipo chimbuko la chemchem hii. Chanzo chake kimepotea kabisa. Zipo chemchem nyingi zilizokauka kabisa kama hii.

Sababu kubwa hapa ni kupandwa kwa miti ambayo siyo rafiki wa maji, mfano miti ya mikaratusi (mamase). Mamase yananyonya maji. Vilevile, watu kutokuheshimu sheria na taratibu. Watumishi waliopewa jukumu la kusimamia sheria na taratibu kutokuwajibika ipasavyo, rushwa iliyokidhiri na mabadiliko ya kimazingira duniani kwa ujumla."

"Mimi nimefanya kazi ya kuongoza watalii kuanzia mwaka 2000 nilipomaliza shule. Katika miaka hii yote nimeshuhudia mabadiliko makubwa ya kimazingira ya Mlima Kilimanjaro.Kiwango cha maji kimepungua kabisa. Baadhi ya mito imepungukiwa sana na maji. Miaka ya 1990 wakati tukiwa wadogo, kuna baadhi ya mito ambayo tulikuwa tunaoegelea lakini siku hizi haipo kabisa. Mfano mto Choro na baadhi ya mito mingine. Baadhi ya chemchem zimekauka. Sababu za hali hiyo ni pamoja na kukosekana kwa elimu ya mazingira kwa wanajamii wanaozunguka Mlima Kilimanjaro. Watu wanakata miti ovyo, wanaotesha miti amabayo sio rafiki katika vyanzo vya maji na kadhalika."

Sehemu ya juu na ya chini ya Mto Una, Marangu Mtoni

Tafakari kisha badilisha mtindo wa maisha yako

Je, inawezekana kwamba kila unapoamka asubuhi na kuanza kazi, shughuli unazofanya zinachangia katika kuathiri Mlima Kilimanjaro na mazingira yake? Utabadilisha vipi mtindo wa maisha yako ili usiendelee kuuathiri Mlima Kilimanjaro pamoja na mazingira yanayokuzunguka?

Tulinde mazingira ya Mlima Kilimanjaro

Inasadikiwa kuwa ifikapo mwaka 2025, theluji ya Mlima Kilimanjaro itakuwa imepungua sana au kuisha kabisa. Hatua muhimu na za haraka ni sharti zichukuliwe ili kuzuia madhara na uharibifu zaidi usiendelee.

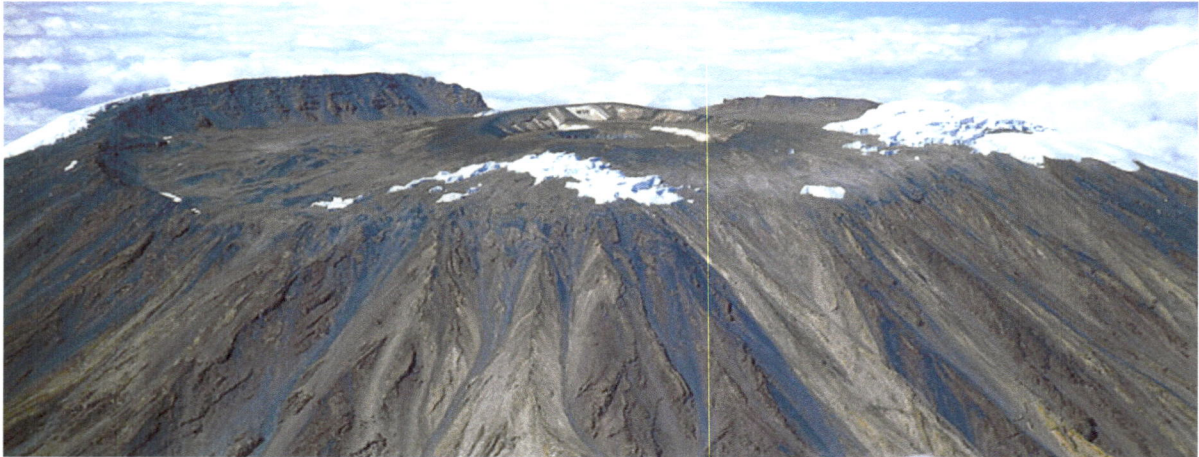

Wajibu wa jamii katika kulinda mlima

Wakazi wa miteremko ya Mlima Kilimanjaro ndio waathirika wa kwanza. Jamii hizi zinategemea kilimo. Kilimo hakitawezekana bila ya mvua na maji. Hivyo, jamii hizi zina wajibu wa kwanza katika kuhakikisha kwamba Mlima Kilimanjaro na mazingira yake unatunzwa na kulindwa.

Ulinzi wa msitu wa Kilimanjaro wakati wa Chagga Council

"Kulikuwa na sheria kali zilizokuwa zinasimamia misitu. Vilevile kulikuwa na mamlaka zilizokuwa chini ya halmashauri zilizokuwa zinasimamia sheria vizuri. Zamani watu hawakuruhusiwa kukata miti ovyo ovyo, waliruhusiwa tu kuchukua miti iliyoanguka chini. Kulikuwa na vibali maalum vya kuingia na kupasua mbao msituni. Mbao iliyotoka msituni ilkuwa ni lazima iwe na muhuri *special* wa *forest* . Hali hii ilisaidia sana kuleta nidhamu katika rasimali za msitu. Ilkuwa siyo rahisi kumwona mtu akiwa na mbao kutoka msituni ambazo hazina kibali na muhuri."

Mzee Mwalimu Veransia Matiri Lema

Wajibu wa kwanza ni kubadilisha mtazamo kutoka matumizi holela kwenda kwenye uhifadhi wa mazingira ya Mlima Kilimanjaro.

- Mtazamo huu utabadilishwa kwa kutoa elimu kuhusu:

  - Umuhimu na manufaa ya matumizi bora ya rasilimali za misitu.

  - Kuathirika kwa msitu kunaathiri pia maisha ya watu wanaoutegemea.

  - Kukata miti hovyo katika msitu kuna athari ya kimazingira ya muda mrefu. Miti huchukua miaka mingi kukua na kukomaa. Ni muhimu kuwa na mpango endelevu wa misitu kuhusu matumizi ya rasilimali zake.

  - Uvunaji holela wa miti ya asili unasababisha kupotea kwa miti hiyo.

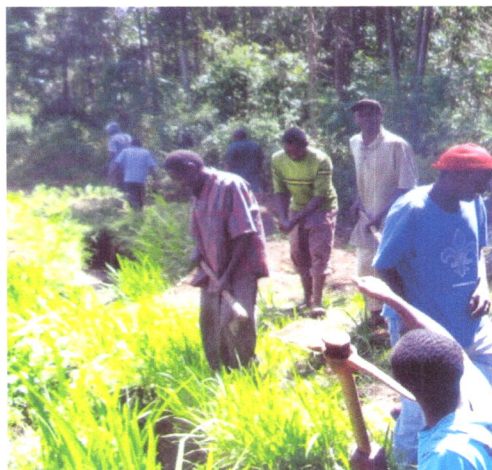

Watu wa kijiji cha Nronga wakisafisha mifereji inayotumika kusambaza maji kwa matumizi ya nyumbani na mashamba

- Watu ni wahifadhi na walinzi makini wa mazingira. Kwa hiyo, ni muhimu wapatiwe maarifa kuhusu utunzaji na uhifadhi wa mazingira, kama ifuatavyo;

  - Katika kila kijiji na shule kuzunguka mlima kuwe na kampeni za kupanda miti ya asili.

  - Upandaji wa miti isiyofaa **upigwe marufuku** katika sehemu zote za mlima na ujirani wake.

  - Kupanda miti inayokomaa haraka kuanzia ngazi ya kaya ili kupunguza ukataji miti katika hifadhi ya msitu kwa mahitaji ya kuni na mkaa.

Sehemu iliyotunzwa vema ya kusambazia maji katika vitongoji mbalimbali vya kijiji cha Nronga

- Jamii vijijini zihamasishwe kutumia majiko bunifu yanayotumia kuni chache.

- Jamii za wafugaji na zinazofanya ufugaji wa ndani zipatiwe elimu kuhusu jinsi ya kupata bayogesi kutokana na ufugaji.

- Jamii ipatiwe elimu kuhusu mbinu bora za kilimo katika miteremko, hasa matumizi ya matuta ya ngazi na kontua.

Kilimo cha ngazi kwenye sehemu za milima.
Hii ni njia bora kutumika katika miteremko ya Mlima Kilimanjaro.

Wajibu wa Serikali

Serikali inatambua wajibu wake wa kulinda na kuhakikisha mazingira yanahifadhiwa kwa kuwa na wizara inayosimamia masuala ya mazingira. Hivyo, wajibu wake ni pamoja na:

- Kutunga na kuhakikisha utekelezaji wa sera zinazozingatia uendelevu wa rasilimali za nchi. Mlima Kilimanjaro ni mojawapo ya rasilimali muhimu za Tanzania. Sera zinazohusiana na Mlima Kilimanjaro ni; Sera ya Mazingira, Misitu, Utalii, Maji na Nishati.

- Serikali kutunga na kuwezesha sheria ndogondogo zinazolenga kurekebisha uharibifu.

- Kutangaza na kuelemisha jamii ya Watanzania kuhusu umuhimu na uhifadhi wa mazingira kupitia mitaala ya elimu.

Wajibu wa taasisi na mashirika binafsi

Asasi za Kiraia, mashirika na taasisi binafsi zina mchango mkubwa katika kuendeleza elimu ya mazingira kwa:

- Kutangaza Mlima Kilimanjaro kwa Watanzania na watu wengine duniani kote.
- Kuwezesha uhifadhi wa msitu wa Mlima Kilimanjaro.
- Kubuni mbinu rafiki za kushirikisha jamii katika kuhifadhi mazingira kwa ujumla.
- Kuendesha programu maalumu katika redio na televisheni juu ya uhifadhi wa Mlima Kilimanjaro na rasilimali nyingine.
- Kuendesha kampeni mbalimbali vijijini juu ya umuhimu wa kuhifadhi mazingira ya Mlima Kilimanjaro.

Wajibu wa Watoto

"Mkunje samaki angali mbichi"

Semi hii inakazia umuhimu wa kumfundisha mtoto kuhusu mambo muhimu katika maisha yake. Mtoto akipata maarifa anaweza kujenga uelewa chanya na kuwa makini katika kutumia mazingira.
Watoto waelemishwe juu ya athari za matendo yafuatayo:
- Kuua wanyama wadogowadogo katika mazingira
- Kuchafua maji kwa kuoga kwenye mifereji au mito.
- Kutupa taka laini na ngumu kwenye mazingira au kwenye vyanzo vya maji.
- Kumwaga maji taka ovyo.
- Kukata, kuivunja na kung'oa mimea mbalimbali katika mazingira bila kujali.

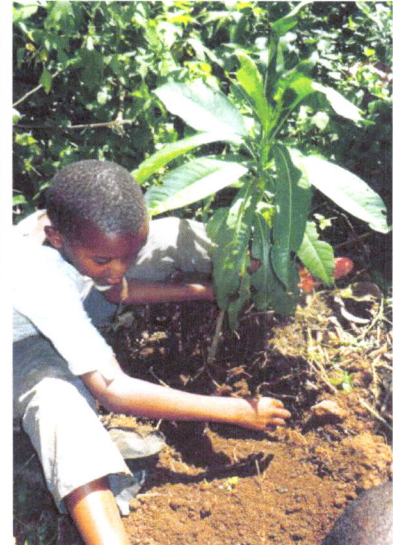

Watoto wanaweza kupata elimu ya mazingira kuanzia miaka mitatu na kuendelea. Walimu wa kwanza ni wazazi. Baadaye wanajifunza kwa kupitia vitabu vya picha.

Maudhui ya maarifa ya mazingira kwa watoto wadogo yanajumuisha: Kupenda wanyama; kupenda miti; faida za wanyama, miti, ardhi, maji na hewa.

Watoto wakifanya vitu mbalimbali katika mazingira

51

Wajibu wa watalii na wageni wengine

Kupanda na kufurahia mandhari ya Mlima Kilimanjaro ni shughuli inayovutia watu wengi kutoka sehemu mbalimbali duniani. Ili watalii wafurahie Mlima Kilimajaro bila kikomo, mambo yafuatayo ni muhimu:

• Kila Mtanzania awajibike kuchangia katika uhifadhi wa Mlima Kilimanjaro na rasilimali zake kwa kila njia inayowezekana.
• Kupata maarifa, shuleni na nje ya shule, yanayohusu mazingira. Kujenga mawazo chanya kuhusu uhifadhi wa mazingira ya aina mbalimbali.
• Kutekeleza sheria kuu na ndogondogo zinazohusu mazingira ya Mlima Kilimanjaro na rasilimali zote za nchi.
• Kuupenda Mlima Kilimanjaro na kuujivunia kwamba upo Tanzania.

Watalii wahamasishwe kuheshimu kanuni zilizowekwa kuhusu kupanda Mlima Kilimanjaro. Kanuni hizo ni:

- Watalii wote wanaopanda mlima wanapaswa kuwa na afya njema;
- Watoto wenye umri chini ya miaka kumi hawaruhusiwi kupanda zaidi ya mita elfu tatu kutoka usawa wa bahari;
- Watu wenye tatizo la moyo au upumuaji hawaruhusiwi kupanda mlima.

- Watalii wahamasishwe kufanya mazoezi ili kuwezesha mwili kuzoea mazingira kabla ya kupanda mlima.
- Mtu yeyote anayepanda mlima anatakiwa kunywa lita 4.5 za maji kila siku.
- Tatizo la kiafya likitokea mlimani, taarifa itolewe mara moja kwa wataalamu wa afya. Mtu aliyeathirika ashuke au ashushwe.
- Watalii wanashauriwa kutumia waongozaji waliothibishwa (wenye kibali) na uzoefu .
- Wapagazi wanaruhusiwa kubeba uzito usiozidi kilo 25 tu.
- Hairuhusiwi kuwaua au kuwashtua au kuwalisha chochote wanyama katika hifadhi.
- Hairuhusiwi kuingia ndani ya hifadhi bila kibali
- Hairuhusiwi kuwasha moto wa aina yoyote, au kuvuta sigara, ndani ya hifadhi.
- Hairuhusiwi kusimika alama yoyote kwenye njia za kuingilia au kutoka mlimani.
- Hairuhusiwi kuingia au kutoka ndani ya hifadhi kupitia vichochoro au njia zisizo rasmi.

Tunafanya jambo gani litakalohifadhi mazingira, mahali popote tulipo, ikiwa ni pamoja na yale ya Mlima Kilimanjaro?

Istilahi

Theluji   ni maji katika hali yabisi

Barafuto   ni barafu iliyoganda kwa muda mrefu sana na kujengeka katika tabaka

Barafu   ni maji yaliyoganda, yani yaliyo katika hali yabisi kutokana na kupungua kwa joto na kufikia kizingiti cha mgando.

Mlima   sehemu ya nchi iliyoinuka sana

Jotoridi   halijoto, hali ya kuwa na joto au baridi

Maada   kitu chochote chenye tungamo na ambacho huchukua nafasi

Hali yabisi   ni hali ya kuwa katika ugumu

Gesi   sifa ya maada kuwa katika hali ya mvuke

Mvuke   maji katika hali ya gesi. Kutokana na joto la jua, maji huvukizwa na kuwa mvuke na kuingia katika anga hewa.

Tafiti   uchunguzi wa kisayansi unaofanyika kwa muda mrefu na kupata majibu yanayothibitisha matokeo

Kutoweka   kupotea, kuhama

Mizazi   Angahewa. Sehemu ya anga yenye mbingu

Ozoni   tabaka la juu katika angahewa. Utando unaolinda viumbe hai duniani kutokana na miale ya urujuani

Kabonidioksidi   gesi inayotokana na kuungua vitu

Kukingama   kwenda kinyume na mwinuko

Nishati   ni aina ya nguvu, mfano umeme

Haramu   isiyoruhusiwa

KINAPA   Kilimanjaro National Park (Hifadhi ya Mlima Kilimanjaro)

Nishati Mbadala   aina ya nishati inayoweza kutumika badala ya ile inayotumika. Nishati mbadala zinazotumika ni nishati ya upepo, ya joto la jua, bayogesi.

Baadhi ya Wanyama na Ndege wa Mlima Kilimanjaro

www.ingramcontent.com/pod-product-compliance
Lightning Source LLC
Chambersburg PA
CBHW060811270326
41928CB00003B/57